ભારતની મહાન મહિલાઓ

ઇંદિરા ગાંધી

રેનુ સરન

ગુજરાત પુસ્તકાલય સ. સ. મંડળ લિ.
૧૧, ઇલોરા કોમર્શીયલ સેન્ટર, પહેલો માળ, રીલીફ સીનેમા પાછળ,
સલાપસ રોડ, અમદાવાદ-૩૮૦ ૦૦૧
ફોન : ૨૫૫૦ ૬૯૭૩

ડાયમંડ બુક્સ

પ્રકાશક	:	ડાયમંડ પૉકેટ બુક્સ પ્રા.લિ. X-30, ઓખલા ઇંડસ્ટ્રિયલ એરિયા, ફેઝ-II, નવી દિલ્હી-110020
ફોન	:	011- 40712200
ઇ-મેઇલ	:	wecare@diamondbooks.in
વેબસાઇટ	:	www.diamondbooks.in
સંસ્કરણ	:	2025
મુદ્રક	:	Repro (India)

INDIRA GANDHI

By : Renu Saran

વિષય સૂચી

પરિચય

ભારતીય ઇતિહાસ ભારતની એકમાત્ર મહિલા પ્રધાનમંત્રી શ્રીમતી ઇંદિરા ગાંધીનો સાક્ષી રહ્યો છે. તેઓ ભારતની ત્રીજી પ્રધાનમંત્રી તથા પ્રથમ પ્રધાનમંત્રી પંડિત જવાહરલાલ નેહરૂની પુત્રી હતી. તેઓ પોતાની વિદ્વતા, આકર્ષક તેમજ પ્રભાવશાળી વ્યક્તિત્વના બળ પર દેશવાસીઓના દિલો પર રાજ કરતી હતી.

ઇંદિરા ગાંધી દૂરદર્શી, કલ્પનાશીલ અને દૃઢ સંકલ્પવાળી મહાન મહિલા હતી. રાષ્ટ્રી અને આંતરરાષ્ટ્રીય કોઈ પણ બાબત પર ઊંડા વિચાર-મંથન કરવા અને સમય અનુસાર યોગ્ય નિર્ણય પર પહોંચવાની એમનામાં અદ્ભુત ક્ષમતા હતી.

બેંકોનું રાષ્ટ્રીયકરણ, ભૂમિ સુધાર, પોખરણમાં આણવિક વિસ્ફોટ, અંતરિક્ષમાં ઉપગ્રહ સ્થાપના અને વીસ સૂત્રીય કાર્યક્રમ એમના મહત્ત્વપૂર્ણ કાર્યોમાંથી છે.

એક બાજુ ઇંદિરા ગાંધી રાજનીતિક અને સામાજિક સ્તર પર સમસ્યાઓનો સામનો કરતી રહી, બીજી તરફ એમણે દેશને વિજ્ઞાન અને ટેકનીકી ક્ષેત્રમાં નવા પડાવોની તરફ વધાર્યો. એમના પ્રધાનમંત્રી-સમયમાં વિજ્ઞાન અને ટેકનીકી ક્ષેત્રમાં થયેલી પ્રગતિએ દુનિયાભરને આશ્ચર્યમાં મૂકી દીધા હતા.

આજે ઇંદિરાજી આપણી વચ્ચે નથી, પરંતુ એમનું ચિંતન, એમના વિચાર અને એમના કાર્ય આવવાવાળી પેઢીઓને હંમેશાં પ્રેરણા આપતા રહેશે.

જન્મ અને બાળપણના દિવસ

ઇંદિરાજીનો જન્મ ૧૯ નવેમ્બર, ૧૯૧૭એ ઇલાહાબાદમાં થયો હતો. માતા કમલા નેહરૂ તેમજ પિતા જવાહરલાલ નેહરૂ એમના જન્મ પર ફૂલ્યાં ના સમાયા. ઇંદિરાના દાદાજી મોતીલાલ નેહરૂ એક પ્રસિદ્ધ વકીલ તેમજ પ્રસિદ્ધ હસ્તી હતા.

રાજનીતિક વાતાવરણ તેમજ બાળપણ

એમના જન્મના સમયે દાદી સ્વરૂરાનીએ કહ્યું હતું, ''હું તો વિચારી રહી હતી કે છોકરો જન્મ લેશે, પણ આપણે ત્યાં તો છોકરીએ જન્મ લીધો છે.'' આ સાંભળીને મોતીલાલ ક્રોધથી બોલ્યા, ''મારા માટે છોકરા-છોકરીમાં કોઈ અંતર નથી.'' તેઓ પોતાની પૌત્રીને ઇંદિરા કહેતા હતા. માતા-પિતાએ ઇંદિરાને

આગળ પ્રિયદર્શિની પણ જોડી દીધું, કેમ કે તે દેખાવમાં સુંદર ઢીંગલી જેવી હતી.

પિતાના રાજનીતિમાં પ્રવેશ પછી નાની ઇંદિરાને ૩-૪ વર્ષની ઉંમરથી જ રાજનીતિક વાતાવરણ મળ્યું. એમનું ઘર રાજનીતિક ગતિવિધિઓનું કેન્દ્ર હતું. બધા રાજનેતા ઇલાહાબાદ આવવા પર ત્યાં જ રોકાતા. મહાત્મા ગાંધી પણ બહુધા એમના પિતાથી મળવા આવતા હતા. ઇંદિરા એમના વિચારોથી ખૂબ જ પ્રભાવિત હતી.

ઇંદિરાનું બાળપણ આનંદ ભવનના રાજનીતિક વાતાવરણમાં વીત્યું. મોતીલાલજીએ જવાહરલાલ નેહરૂજી માટે નવું ઘર બનાવડાવ્યું, જેને સ્વરાજ ભવનનું નામ આપવામાં આવ્યું.

ઇંદિરામાં બાળપણથી જ દેશપ્રેમની અથાગ ભાવના ભરી હતી. એક દિવસે એમણે પિતાને વિદેશી કપડાં

એકત્ર કરતાં જોયા. એમણે પૂછ્યું- ‘‘તમે આ કપડાં કેમ એકઠાં કરી રહ્યાં છો?’’

‘‘હું આને સળગાવવા જઈ રહ્યો છું. આગળથી આપણે આવા વસ્ત્ર ક્યારેય નહીં પહેરીએ. આપણે દેશમાં બનેલી ખાદીના કપડાં જ પહેરવા જોઈએ.’’ જવાબ મળ્યો.

આ સાંભળીને ઇંદિરાએ પણ પોતાના વસ્ત્રોની પણ હોળી સળગાવી દીધી અને હંમેશાં માટે ખાદી વસ્ત્ર પહેરવાનો નિર્ણય કર્યો.

પ્રારંભિક શિક્ષા

જ્યારે ઇંદિરા પાંચ વર્ષની હતી, તો એમના પિતા તેમજ દાદા જેલમાં હતા. તેઓ એ દિવસો સ્વતંત્રતા સંગ્રામમાં ભાગ લઈ રહ્યાં હતા. ત્યાં ઇંદિરાના ભણતરની દેખ-રેખ કરવાવાળું કોઈ ન હતું. એમનું ઘર નેતાઓની આવ-જાથી લાગેલું રહેતું હતું.

ઇંદિરા માટે એક અધ્યાપક રાખવામાં આવ્યા. જે એમને ભણાવવા આવતા, પણ ઇંદિરાને પિતા તેમજ દાદા વગર એકલાપણું અનુભવાતું હતું.

જવાહર નિયમિત રૂપથી જેલથી પુત્રીને પત્ર લખતા હતા. તેઓ એમને પત્રો દ્વારા રાષ્ટ્રીય અને આંતરરાષ્ટ્રીય મહત્ત્વની ઘટનાઓની જાણકારી આપતા હતા. એમણે ઇંદિરાને એ પણ બતાવ્યું કે એમણે કઈ-કઈ સારી પુસ્તકો વાંચવી જોઈએ.

માતાના પડછાયામાં

ઇંદિરાનું મોટાભાગનું બાળપણ માતાના પડછાયામાં વીત્યું. એમને પોતાના પિતાની સાથે વધારે સમય વિતાવવાની તક ના મળી, કેમ કે એમનો મોટાભાગનો સમય જેલમાં વીતતો હતો.

એક વખત નેહરૂજીએ પુત્રીને જેલથી પત્ર લખ્યો- 'તું ખૂબ જ ભાગ્યશાળી છે કે તને આટલી સાર-સંભાળ

કરવાવાળી માતા મળી છે. તારા દરેક મુશ્કેલ સમયમાં માં તારો સાથ આપે છે. તારે એમને માતાને બદલે એક સારી મિત્ર માનવી જોઈએ."

કમલા આત્મવિશ્વાસી મહિલા હતી. ઇંદિરા એમના ગુણોથી અત્યંત પ્રભાવિત હતી, પણ કમલા વધારે સમય સુધી સ્વસ્થ ના રહી શકી. અસ્વસ્થતાને કારણે તેઓ ઇંદિરાના બધા કાર્ય કરી શકતી ન હતી.

ઇંદિરા આઠ વર્ષની થઈ તો કમલાનું સ્વાસ્થ્ય વધારે ખરાબ થઈ ગયું. એમની અસ્વસ્થતાને કારણે નેહરૂજીને જેલથી છોડી મૂકવામાં આવ્યા. એમણે પત્નીને લખનઉની હૉસ્ટલમાં ભરતી કરાવ્યા, પરંતુ ડૉક્ટરોએ કહ્યું કે તેઓ પત્નીને સારવાર માટે સ્વિટજરલેન્ડ લઈ જાય.

જવાહરલાલ રોગી કમલાની સાથે જહાજ પર સવાર થઈને જેનેવા ચાલ્યા ગયા, ઇંદિરા પણ સાથે ગઈ.

સારી મેડિકલ સુવિધાઓ તેમજ સ્વસ્થ વાતાવરણને કારણે કમલાની દશામાં સુધારો થવા લાગ્યો. આ દરમિયાન ઇંદિરાએ કેટલાક બીજા દેશોની યાત્રાઓ પણ કરી. તેઓ પિતાની સાથે લંડન, પેરિસ તેમજ બર્લિન ગઈ.

વાનર સેના

હવે કમલાની દશામાં સુધાર હતો અને ઇંદિરા અગિયાર વર્ષની થઈ ચુકી હતી. તે પણ પિતા તેમજ દાદાજીની જેમ દેશની સેવા કરવા ઇચ્છતી હતી, પણ એક અબોધ બાલિકા સમજીને કોઈએ પણ એની હિમ્મત ના વધારી. તે એનાથી બિલ્કુલ પણ હતોસ્તાહિત ન થઈ. એમણે આસપાસના બાળકોને

બોલાવીને એક ભાષણ આપ્યું.

ઈંદિરાએ નક્કી કર્યું તે બાળકોની મદદથી એક સંગઠન તૈયાર કરશે. તે જીવ-જાનથી પોતાના દેશની સેવા કરવા ઇચ્છતી હતી. એમણે આસ-પાસના સાહસી બાળકોને એકઠાં કરીને એક સંગઠન બનાવ્યું અને આ સંગઠનનું નામ રાખવામાં આવ્યું 'વાનર સેના'. ધીમે-ધીમે લગભગ છ હજાર બાળકોએ આની સદસ્યતા ગ્રહણ કરી લીધી.

વાનર સેના કૉંગ્રેસ માટે કામ કરવા લાગી. બાળકો કૉંગ્રેસના પરચાં વહેંચતા તેમજ ઘાયલોની સેવા કરતા. આ બધું જોઈને જવાહરલાલને લાગ્યું કે ઈંદિરા દેશના વાતાવરણના હિસાબથી ખુદને તૈયાર કરી રહી છે.

ઈંદિરાનું બાળપણ વીતી રહ્યું હતું અને રાજનીતિક

હલચલ વધતી જઈ રહી હતી. તેઓ ક્યારેય એક ક્ષણ પણ વ્યર્થ જવા દેતી ન હતી. ખાલી સમયમાં તેઓ ચરખો ચલાવતી.

જ્યારે ગાંધીજીએ મીઠાના સત્યાગ્રહ માટે દાંડી યાત્રા આરંભ કરી તો ઇંદિરાના દાદા તેમજ પિતાએ સક્રિય રૂપથી એમાં ભાગ લીધો. અંગ્રેજોએ આ બધાની ધરપકડ કરીને જેલ મોકલી દીધા.

જેલથી જ આપી શિક્ષા

ઇંદિરા એક વખત ફરી ઘરમાં એકલી રહી ગઈ. જવાહરલાલને એના અભ્યાસની ચિંતા સતાવી રહી હતી. તેઓ હંમેશાં પોતાની પુત્રીને પત્રોના માધ્યમથી દેશના ઇતિહાસની જાણકારી આપતા હતા. એમણે પુત્રીના મનમાં ભારતીય સંસ્કાર ભરી દીધા જેને તે ક્યારેય ના ભૂલી.

જવાહરલાલે એના હૃદયમાં સત્યની જ્યોતિ જગાવી દીધી, જેણે હંમેશાં ઇંદિરાને સત્યના માર્ગ પર ચાલવાની પ્રેરમા આપી. જવાહરલાલની આ પ્રેરણા ઇંદિરા માટે વધારે સાર્થક રહી. જવાહરલાલ દ્વારા ઇંદિરાને મોકલવામાં આવેલા આ પત્ર રાષ્ટ્રીય તેમજ આંતરરાષ્ટ્રીય સ્તર પણ લોકપ્રિય થયા.

દાદાજીનું નિધન

જેલમાં મોતીલાલજી દમના શિકાર થઈ ગયા, આથી અંગ્રેજોએ એમને છોડી મૂક્યા. તેઓ સારવાર માટે મંસૂરી ચાલ્યા ગયા, આખો પરિવાર એમની સાથે હતો. ઇંદિરા પણ હતી, આનંદ ભવનમાં કમલા એકલી હતી.

જ્યારે જવાહરલાલ છૂટા થયા તો તેઓ પણ કમલા સહિત મંસૂરી ચાલ્યા ગયા, જેથી પિતાની દેખ-રેખ

કરી શકે. ત્યાં મોતીલાલજીની સ્થિતિમાં સુધારો થયો, પણ ઈલાહાબાદ જતાં જ તેઓ ફરીથી પથારીવશ થઈ ગયા.

આ વખતે સારામાં સારી ચિકિત્સા પણ અસફળ રહી અને ફેબ્રુઆરી, ૧૯૩૧માં એમણે પ્રાણ ત્યાગી દીધા.

શાળાકીય અભ્યાસ

નેહરૂ રિવાર શોક સંતપ્ત હતો. ઈંદિરાને હંમેશાં પ્રેરિત કરવાવાળું એક આદર્શ વ્યક્તિત્વ ન રહ્યું હતું. હવે તો ઈંદિરાનું એકલાપણું વધારે વધી ગયું હતું. એમના પિતાએ આ વાતને સમજી અને એમને પુણેની એક સ્કૂલમાં ભરતી કરાવી દીધી.

ઈંદિરાના સંબંધના ભાઈ-બહેન પણ ત્યાં જ ભણતા હતા. તેઓ જલ્દીથી એક-બીજાથી હળીમળી ગયા.

૧૯૩૪માં ઈંદિરાએ મેટ્રિકુલેશનની પરીક્ષા પાસ કરી. તેઓ રાજનીતિની ચર્ચાઓમાં ભાગ લેતી અને આ વિષયની પત્રિકાઓ રસપૂર્વક વાંચતી હતી.

ઈંદિરા ગાંધીજીથી કેટલીય વખત મળી અને એમનાથી વિશેષ રૂપથી પ્રભાવિત થઈ. એ સમયે ગાંધીજી પુણેની યરવદા જેલમાં હતા.

શાંતિ નિકેતનમાં

ઈંદિરા અથાગ મહેનતમાં વિશ્વાસ રાખતી હતી. જવાહરલાલ ઈચ્છતા હતા કે તે મેટ્રિક પછી શાંતિ નિકેતન જાય અને ગુરુદેવ રવીન્દ્રનાથ ટાગોરના માર્ગદર્શમાં થોડો સમય રહે. શાંતિ નિકેતનનું વાતાવરણ કોઈ આશ્રમથી ઓછું ન હતું. હોસ્ટેલના નિયમ ખૂબ જ કડક હતા અને બધાને પોતાનું કામ ખુદ કરવું પડતું હતું.

SHANTINIKETAN

ઇંદિરા પોતાના પિતાની ઇચ્છા અનુસાર વિદ્યાધ્યયન માટે શાંતિ નિકેતન આવી ગઈ. અહીંયા એમણે ખુદને વાતાવરણ પ્રમાણે ઢાળી લીધા. તેઓ અહીંયા ઉઘાડા પગે રહેતી તેમજ ખાદીની સાડી પહેરતી. તેઓ છાત્રાવાસના બધા નિયમોનું પાલન કરતી. એમણે ગુરુદેવની શિક્ષાઓને ધ્યાનથી સાંભળી અને ગ્રહણ કરી.

માતાનો સ્વર્ગવાસ

એક દિવસ ગુરુદેવે એમને બોલાવ્યા અને એક ટપાલ એમને આપી. ટપાલ ઇલાહાબાદથી હતી. એમની માતા કમલા નેહરૂ ગંભીર રૂપથી બીમાર હતી.

ઇંદિરા તત્કાળ ઇલાહાબાદ રવાના થઈ ગઈ. તેઓ માતાને ચિકિત્સા માટે જર્મની લઈ ગઈ.

જર્મનીમાં બ્લેક ફૉરેસ્ટના એક સેનિટોરિયમમાં કમલાજીનો ઉપચાર થવા લાગ્યો. આ ઉપચારથી

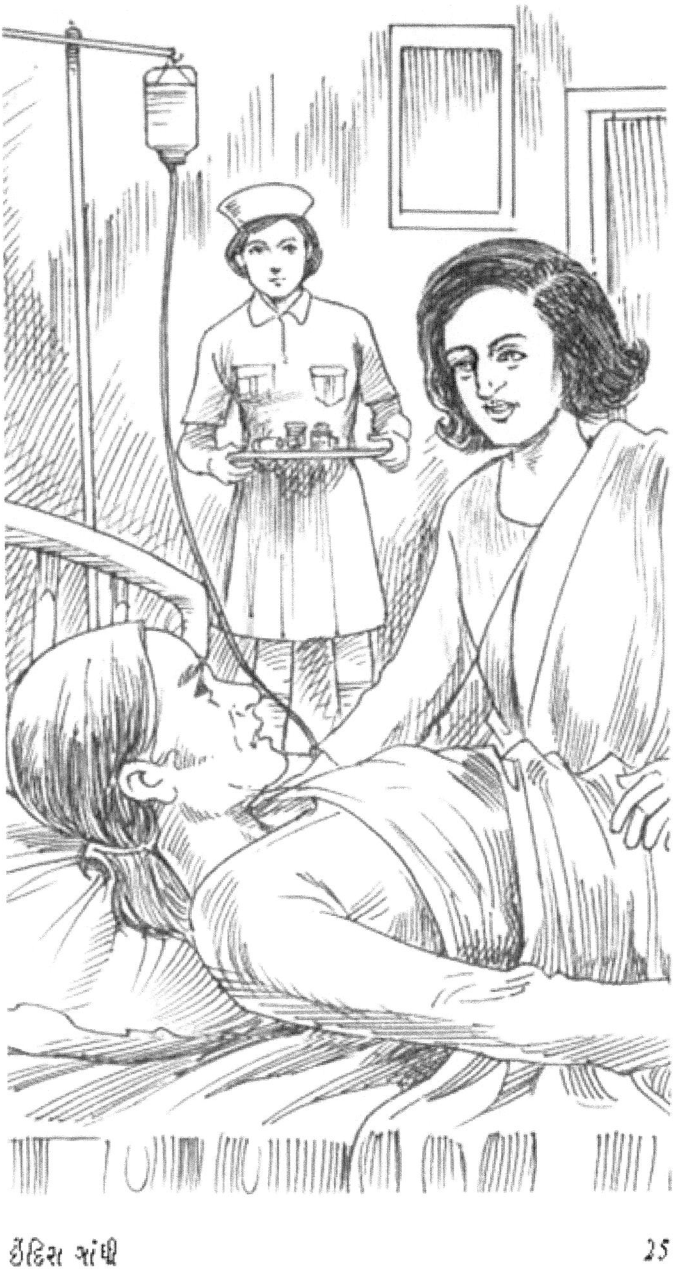

પહેલાં તો એમના સ્વાસ્થ્યમાં થોડો સુધારો થયો, પરંતુ તબીયત ફરી ખરાબ થવા લાગી. આવું થવા પર એમને સ્વિટ્ઝરલેન્ડ લઈ જવામાં આવ્યા. અહીંયા લાંબી બીમારી પછી ૨૮ ફેબ્રુઆરી, ૧૯૩૬એ કમલા નેહરૂનું નિધન થઈ ગયું.

એ સમયે ઇંદિરાની ઉંમર ૧૮ વર્ષ હતી. એમને ઊંડો આઘાત લાગ્યો. જવાહરલાલ એમને કેટલીય જગ્યાએ લઈ ગયા. પ્રાકૃતિક સુંદરતાથી ઇંદિરાના મનને તાજગી મળી, પણ હજુ પણ તેઓ ઉદાસ હતી.

હવે જવાહરલાલ એમને આગળના અભ્યાસ માટે લંડન લઈ ગયા. ઇંદિરા ઑક્સફર્ડ વિશ્વવિદ્યાલયમાં ભણવા લાગી.

ફિરોજથી લગ્ન

ઇંદિરા સ્વદેશ પાછા ફરવા માટે વ્યાકુળ હતી, આથી

તેઓ કૉલેજની ડિગ્રી લીધા વગર જ એક મિલટ્રીના જહાજથી ભારત પાછી આવી ગઈ.

ભારત આવતા જ તે દેહરાદૂનમાં પિતાથી મળવા ગઈ. એ સમયે પિતા દેહરાદૂન જેલમાં હતા. એમણે કહ્યું કે તેઓ ફિરોજથી લગ્ન કરવા ઇચ્છે છે.

આ સાંભળીને જવાહરલાલ દંગ રહી ગયા. એમણે ઇંદિરાને સલાહ આપી કે તે લગ્નનો વિચાર ત્યાગી દે. જ્યારે ઇંદિરા ના માની તો પિતાને પણ સ્વીકૃતિ આપવી પડી.

નવદંપતિ જેલમાં

એ સમયે અંગ્રેજોએ ભારતમાં સાર્વજનિક સભાઓ પર રોક લગાવી રાખી હતી. આ પાબંદી છતાં ઇંદિરાએ લગ્ન પછી તરત જ ઇલાહાબાદમાં એક સાર્વજનિક સભામાં ભાગ લીધો. તે ભાષણ આપવા લાગી તો

પોલિસે રોકવા ઇચ્છ્યાં. ફિરોજ પણ ત્યાં ઉપસ્થિત હતા.

પોલિસે એ બંનેને બંદી બનાવી લીધા. એમને નૈની જેલમાં લઈ જવામાં આવ્યા.

ઇંદિરા જેલમાં પોતાની ફોઈ વિજયાલક્ષ્મી પંડિત તેમજ લાલબહાદુર શાસ્ત્રીજીથી મળી. એમના સિવાય અહીંયા બીજા પણ રાજનેતા હતા.

રાજીવ તેમજ સંજયનો જન્મ

સમય ઝડપથી વીતતો રહ્યો. ઇંદિરા નવ મહીના પછી જેલમાંથી છૂટી થઈ. થોડા મહીના પછી ફિરોજ પણ છૂટા થઈ ગયા. તેઓ ઇંદિરાની સાથે આનંદ ભવનમાં જ રહેવા લાગ્યા.

એક દિવસ એમને જાણ થઈ કે ઇંદિરા માતા બનવાની છે. ઇંદિરાની ફોઈએ સલાહ આપી કે તેઓ એમની પાસે મુંબઈ આવી જાય, કેમ કે આનંદ ભવનમાં

એમની દેખભાળ માટે કોઈ ન હતું.

૨૦ ઓગસ્ટ, ૧૯૪૪એ ઇંદિરાએ પુત્રને જન્મ આપ્યો. એ સમયે પણ જવાહરલાલ જેલમાં હતા. ઇંદિરાએ નવજાત શિશુને નામ આપ્યું ‘રાજીવ ગાંધી’, જે આગળ ચાલીને ભારતના સૌથી ઓછી ઉંમરના પ્રધાનમંત્રીના રૂપમાં ઓળખાયા.

ઇંદિરા ૬-૭ મહીના પછી ઇલાહાબાદ પાછી ફરી. એ સમય સુધી જવાહરલાલ જેલથી છૂટા થઈ ગયા હતા અને સ્વતંત્રતા સંગ્રામનો સંઘર્ષ જોરો પર હતો.

ફિરોજ લખનઉ આવ્યા અને ભાડાના મકાનમાં રહેવા લાગ્યા. ઇંદિરા તેમજ રાજીવ એમની સાથે હતા. જવાહરલાલ નેહરૂ દિલ્લીમાં અંતરિમ સરકારના ગઠનમાં વ્યસ્ત હતા. ક્યારેક-ક્યારેક તેઓ લખનઉ આવતા-જતા હતા.

આ દરમિયાન, ૧૯૪૬માં જવાહરલાલજીએ દિલ્લીમાં એક મકાન ખરીદી લીધું. ઇંદિરા પોતાના પુત્ર રાજીવની સાથે દિલ્લી આવી ગઈ તથા ત્યાં જ રહેવા લાગી.

પોતાની વ્યસ્તતા છતાં ઇંદિરાએ પુત્રના લાલન-પાલનમાં કોઈ કમી ન આવવા દીધી. એમણે એક અનુભવી મહિલાને રાજીવની ગવર્નેસના રૂપમાં નિયુક્ત કરી.

૧૪ ડિસેમ્બર, ૧૯૪૬એ ઇંદિરાએ બીજા સંતાનને જન્મ આપ્યો, જેનું નામ સંજય ગાંધી રાખવામાં આવ્યું.

તીનમૂર્તિ ભવનમાં

પ્રધાનમંત્રી પદ મળ્યા પછી નેહરૂજીને તીનમૂર્તિ ભવનમાં સરકારી આવાસ મળ્યું ત્યાં તેઓ ઇંદિરા તેમજ એમના બે પુત્રોની સાથે રહેવા લાગ્યા. ઇંદિરા

બંને બાળકોની સાથે-સાથે નેહરૂજીની પણ દેખ-રેખ કરતી હતી.

ફિરોજ આ વાત સારી રીતે સમજતા હતા કે ઇંદિરા નેહરૂજીના ઑફિસ સંબંધી કામોમાં મદદ કરતી હતી, આથી એમનું ત્યાં રહેવું જરૂરી હતું.

એક સમાજસેવિકા

ઇંદિરા સમાજસેવામાં વિશેષ રુચિ રાખતી હતી. એક દિવસ તેઓ થોડી ખરીદારી કરવા કનોટ પ્લેસ ગઈ. ત્યાં એમણે એક ચીંથરેહાલ છોકરાને શાલ વેચતા જોયો. એ છોકરાની પાસે આવીને ઇંદિરાએ શાલ ખરીદવાનો આગ્રહ કર્યો. ઇંદિરા જ્યાં પણ જતી, છોકરો પાછળ-પાછળ આવી જતો, ત્યારે ઇંદિરાએ એક શાલ ખરીદી લીધી. તેઓ એના દૃઢ સંકલ્પથી પ્રભાવિત થઈ.

એમણે પૂછ્યું, ''શું તું સ્કૂલે જાય છે?''

''મારે બે સમય પેટ ભરવા માટે કઠોર મહેનત કરવી પડે છે. સ્કૂલ જવાનો સમય નથી હોતો.'' છોકરાએ કહ્યું.

ઈંદિરા એના જ વિશે વિચારતા-વિચારતા ઘરે પાછી ફરી. એમણે ફિરોજની સાથે સલાહ કરી કે બાળકો માટે એક સંસ્થા ખોલવી જોઈએ. ફિરોજે પોતાની સંમતિ આપી દીધી અને પછી 'બાલ સહયોગ' નામની સંસ્થાની સ્થાપના થઈ. આ સંસ્થામાં બાળક વિવિધ વ્યાવસાયિક કાર્ય કરીને આજીવિકા કમાઈ શકતા હતા.

પતિનું નિધન

૧૯૬૦માં ઈંદિરા નેપાળ યાત્રા પર હતી. ત્યાં એમને સમાચાર મળ્યા કે ફિરોજને હૃદયનો એટેક આવ્યો છે. તેઓ તત્કાળ દિલ્હી પાછી ફરી.

ઈશ્વરની કૃપા અને એમની સેવાથી ફિરોજ સ્વસ્થ થઈ ગયા.

ઇંદિરા એમને જળવાયુ પરિવર્તન માટે કાશ્મીર લઈ ગઈ. એમના સ્વાસ્થ્યમાં સુધારો થવા પર થોડા સમય ફરી તેઓ દિલ્લી આવ્યા.

થોડા સમય પછી ફિરોજને બીજો એટેક આવ્યો. આ વખતે પણ ઇંદિરા સાથે ન હતી. સમાચાર મળતાં જ તે તત્કાળ પહોંચી ગઈ, પણ આ વખતે ઈશ્વરની ઇચ્છા કંઈક બીજી જ હતી. ૮ સપ્ટેમ્બર, ૧૯૬૦એ ફિરોજ ગાંધીનું નિધન થઈ ગયું.

ઇંદિરા કૉંગ્રેસ અધ્યક્ષ

૧૯૫૯માં તેઓ અખિલ ભારતીય કૉંગ્રેસ કમિટીની અધ્યક્ષ પસંદ કરવામાં આવી. તે દળની ચોથી મહિલા અધ્યક્ષ હતી.

પિતાનો સ્વર્ગવાસ

૧૯૬૨માં ભારતને ચીન યુદ્ધમાં વધારે નુકસાન થયું. નેહરૂ ચિંતાગ્રસ્ત હતા. ૧૯૬૪માં એમને પક્ષાઘાત થઈ ગયો. ઈંદિરાજીની સેવાથી તેઓ થોડા જ સમયમાં પુનઃ સ્વસ્થ થઈ ગયા.

હવે તેઓ વૃદ્ધ થઈ ગયા હતા. ૨૬ મે, ૧૯૬૪એ એમણે મોડી રાત સુધી કામ કર્યું. સવારે ઊઠ્યાં તો તેઓ બીમાર દેખાઈ રહ્યાં હતા. ઈંદિરાએ તરત ડૉક્ટરને બોલાવ્યા, પણ નેહરૂજીને બચાવી ના શકાયા.

હવે કૉંગ્રેસ નેતાઓની આ જવાબદારી હતી કે તેઓ નેહરૂના ઉત્તરાધિકારી પસંદ કરે. એમણે એકમતથી ઈંદિરાજીને પોતાના નેતા પસંદ કર્યા, પરંતુ એમણે ના પાડી દીધી, ત્યારે શ્રી ગુલજારી લાલ નંદાને કાર્યવાહક પ્રધાનમંત્રી પદની શપથ અપાવવામાં આવી.

થોડા દિવસો પછી લાલ બહાદુર શાસ્ત્રી કૉંગ્રેસ સંસદીય દળના નેતા પસંદ થયા. એમણે ઈંદિરાને સૂચના તેમજ પ્રસારણ મંત્રાલયનો ભાર સોંપ્યો. ઈંદિરાજીએ સંકોચાતા સ્વીકૃતિ આપી દીધી. એના પછી તેઓ રાજ્ય સભા માટે પસંદ થઈ.

ભારત-પાક યુદ્ધ તેમજ લાલબહાદુર શાસ્ત્રીનું નિધન

તાશકંદમાં સંધિ પછી શાસ્ત્રીજીને હૃદયનો એટેક આવ્યો અને એમનું મૃત્યુ થઈ ગયું.

એક વખત ફરીથી પ્રધાનમંત્રી પદ ખાલી હતું. રાજનીતિના કેટલાય મોટા ચહેરા પોતાના નામનો દાવો કરી રહ્યાં હતા, પરંતુ ઈંદિરા એમાં સામેલ ન હતી.

પ્રધાનમંત્રી પદની પસંદગી માટે એક દિવસ નિશ્ચિત થયો અને ઈંદિરાજીને બધાએ પોતાના નેતા પસંદ કર્યા.

પ્રધાનમંત્રી ઈંદિરા ગાંધી

ઈંદિરા ગાંધી ૨૪ જાન્યુઆરી, ૧૯૬૬એ ભારતની પ્રથમ મહિલા પ્રધાનમંત્રી બની.

તેઓ એક દિવસમાં ૧૬ થી ૧૮ કલાક સુધી સતત કાર્ય કરતી. સંસદ સત્ર આરંભ થયા પછી તો તેઓ પૂરી-પૂરી રાત ઑફિસમાં જ કામ કરતી.

અમેરિકા યાત્રામાં એમનું ભવ્ય સ્વાગત થયું. અમેરિકાના રાષ્ટ્રપતિ લિંકન વી. જૉનસન એમનાથી મળવા ભારતીય દૂતાવાસ પહોંચ્યા.

ઈંદિરાએ લંડન, પેરિસ અને મૉસ્કોની યાત્રા કરી.

ભારતની સમસ્યાઓ દિન-પ્રતિદિન જટિલ થતી ગઈ. આવી સ્થિતિમાં વિપક્ષી દળ રાજનીતિક દાવ રમવા લાગ્યા.

ઈંદિરાએ પોતાનો નામાંકન પત્ર રાયબરેલીથી ભર્યું

તેમજ ભારી મતોથી વિજયી રહી. ૧૨ માર્ચ, ૧૯૬૭એ તેઓ એક વખત ફરી કૉંગ્રેસ સંસદીય દળની અધ્યક્ષ પસંદ થઈ.

૧૯૭૧ની સામાન્ય ચૂંટણી

એ દિવસોમાં પૂર્વી પાકિસ્તાનમાં ઉપદ્રવ થઈ રહ્યાંહતા. પાકિસ્તાની સેના નિર્દોષો પર જુલમ વધારવા લાગી. લાખો લોકો સીમા પાર કરીને, શરણ લેવા માટે ભારતમાં આવી ગયા.

આ દરમિયાન પાકિસ્તાને ભારત પર હુમલો કરી દીધો. ભારતીય સેના બહાદુરીથી લડી અને આ યુદ્ધમાં પાકિસ્તાનીઓને ઘુંટણ ટેકવા પડ્યાં. આ યુદ્ધ પછી જ બાંગ્લાદેશનો જન્મ થયો.

૧૯૭૧ની સંસદીય ચૂંટણીઓથી પહેલાં જ પ્રમુખ નેતાઓએ કૉંગ્રેસનો ત્યાગ કરી દીધો હતો, પણ દેશ

હજુ પણ ઇંદિરા પર વિશ્વાસ કરતો હતો. એમણે એ જ વિશ્વાસના બળ પર ઇંદિરાને ફરીથી વિજયી બનાવ્યા. કૉંગ્રેસ ૩૫૦ સીટોથી વિજયી રહી. આ ગરીબી હટાઓના નારાનો જાદૂ હતો.

કટોકટીની ઘોષણા

સમય વીતતો ગયો. થોડા સમય પછી ઇલાહાબાદ હાઈકોર્ટે ઇંદિરાની પસંદગીને અવૈધ ઘોષિત કરી દીધી, પરંતુ એમણે પાછળ હટવાથી ઇનકાર કરી દીધો અને સુપ્રીમ કોર્ટમાં આ નિર્ણયની વિરુદ્ધ અપીલ કરી દીધી.

દેશની સ્થિતિ અસ્થિર અને ગંભીર થતાં જોઈને એ સમયે ઇંદિરાએ એક અભૂતપૂર્વ પગલું ઉઠાવ્યું. ૨૫ જૂન, ૧૯૭૫એ એમણે દેશમાં 'કટોકટી'ની ઘોષણા કરી દીધી. બધા વિપક્ષી દળોએ કટોકટીનો કડક વિરોધ

કર્યો. આના પર વિપક્ષી દળોના નેતા બંદી બનાવી લેવામાં આવ્યા. ઈંદિરાના નાના પુત્ર સંજય ગાંધી કટોકટી દરમિયાન ઝડપથી દેશના રાજનીતિક પટલ પર ઉભરીને સામે આવ્યા.

ઈંદિરાએ દેશવાસીઓના કલ્યાણ માટે વીસ સૂત્રીય કાર્યક્રમની ઘોષણા કરી. સંજયે પણ પાંચ સૂત્રીય કાર્યક્રમની ઘોષણા કરી દીધી.

કટોકટીમાં સ્થિતિ પર કાબૂ મેળવી લેવામાં આવ્યો. રાષ્ટ્રવિરોધી મીસા અંતર્ગત પકડાયેલા રાજનેતા નિયંત્રણમાં આવી ગયા. સરકારી મશીનરી યોગ્ય રીતે કામ કરવા લાગી તેમજ આમ જનતાની ભલાઈ માટે કેટલાય પ્રકારની યોજનાઓ લાગૂ કરવામાં આવી.

૧૯૭૭ની સામાન્ય ચૂંટણી

૧૯ મહીનાની કટોકટી પછી ઇંદિરાએ અંતે સામાન્ય ચૂંટણીઓની ઘોષણા કરી. આ સમયે બધા વિપક્ષી નેતાને છૂટા કરી દેવામાં આવ્યા.

આ દરમિયાન રાજનીતિક મંચ પર જયપ્રકાશ નારાયણ પ્રગટ થયા. બધા વિપક્ષી દળોએ એમને નેતા માન્યા અને બધા રાજનૈતિક દળોના હળેલા-મળેલાં મોરચાનું નામ રાખવામાં આવ્યું 'જનતા પાર્ટી'. આ સામાન્ય ચૂંટણીમાં જનતા પાર્ટીએ જીત પ્રાપ્ત કરી. ઇંદિરા રાયબરેલીમાં રાજનારાયણથી પરાજિત થઈ ગઈ.

પુનઃ શક્તિશાળી થઈને પ્રગટ થવું

મોરારજી દેસાઈ નવા પ્રધાનમંત્રી બન્યા, પરંતુ જનતા પાર્ટી પોતાના આંતરિક સંઘર્ષને કારણે યોગ્ય રીતથી સરકાર ના ચલાવી શકી. મોરારજીએ ત્યાગપત્ર

આપી દીધું અને ઇંદિરાજીના સમર્થનથી ચૌધરી ચરણ સિંહ નવા પ્રધાનમંત્રી બન્યા. એમની ચતુર રાજનીતિના બળ પર ચૌધરી ચરણસિંહે એક દિવસ માટે પણ ક્યારેય સંસદનો સામનો ના કર્યો. એમણે એનાથી પહેલાં જ પદથી ત્યાગપત્ર આપી દીધું.

૧૯૮૦ની સામાન્ય ચૂંટણીમાં જનતાએ એક વખત ફરી ઇંદિરાજી પર વિશ્વાસ બતાવ્યો. કૉંગ્રેસ 'આઈ'ની જીત થઈ અને ઇંદિરા ફરીથી દેશના પ્રધાનમંત્રી પદ પર વિરાજમાન થઈ.

આ દરમિયાન એમના નાના પુત્ર સંજયનું એક વિમાન દુર્ઘટનામાં મૃત્યુ થઈ ગયું. ઇંદિરાજી ખૂબ જ વ્યાકુળ થઈ ગઈ, પરંતુ છતાં પણ એમણે ખુદને કોઈ પણ પ્રકારે સંભાળી લીધા.

જ્યારે આપણા વૈજ્ઞાનિકોએ પોખરણમાં સફળ પરમાણુ પરીક્ષણ કર્યું તો જનતાએ પણ ભારતના

લોખંડ માની લીધા. ઇંદિરાજીની બીજી પણ અનેક સફળતાઓ રહી, પણ આસામ તેમજ પંજાબની સમસ્યાએ ઉગ્ર રૂપ લઈ લીધું અને ભારે સંખ્યામાં નિર્દોષ લોકો આતંકવાદીઓના હાથે માર્યા જવા લાગ્યા હતા.

આ જ અવ્યવસ્થાઓની વચ્ચે દિલ્લીમાં સફળતાપૂર્વક એશિયાઈ રમત સંપન્ન થયા. આ ભારતની બીજી એક સફળતા હતી.

ઇંદિરાજીના કાર્યકાળમાં જ રાકેશ શર્મા અંતરિક્ષ સુધી જવાવાળા પ્રથમ ભારતીય બન્યા. ઇંદિરાજીએ એમનાથી વાત પણ કરી. આ એમના માટે એક મોટી સફળતા હતી.

અત્યાર સુધી ઇંદિરાજી એક આંતરરાષ્ટ્રીય નેતાના રૂપમાં સ્થાપિત થઈ ચુકી હતી. તેઓ નૉન-એલાઇન મૂવમેન્ટની નેતા બની. ૧૯૮૩માં દિલ્લીમાં જ આ રાષ્ટ્રોની સભા પણ થઈ.

પંજાબમાં આતંકવાદી

સફળતાઓ હંમેશાં સાથ નથી આપતી. દેશભરમાં અરાજકતા ફેલાયેલી હતી. ઉત્તર-પૂર્વ અને પંજાબમાં અવ્યવસ્થા ફેલાયેલી હતી. આતંકવાદીઓએ પોતાના અસ્ત્ર-શસ્ત્રો સહિત ગુરુદ્વારોમાં શરણ લઈ રાખી હતી.

સુવર્ણ મંદિર ભિંડરવાલા માટે ગઢ બની ગયું હતું. ૧૯૮૪ સુધી પંજાબની સ્થિતિ નિયંત્રણથી બહાર થઈ ગઈ. નિર્દોષોનું વહેતું લોહી જોઈને ઇંદિરાજીથી રહેવાયું નહીં. અહીં પાકિસ્તાન આતંકવાદીઓને પૂરી મદદ કરી રહ્યું હતું.

દેશની અખંડતા જોખમમાં હતી અને કોઈ ઉપાય ના બચ્યો તો ઇંદિરાજીએ સૈનિકોને આદેશ આપ્યો કે તેઓ આતંકવાદીઓને એમના ગઢ સુવર્ણ મંદિરથી ખદેડી મૂકે.

ભારતીય સેના તેમજ આતંકવાદીઓમાં ભયંકર યુદ્ધ થયું. સેનાથી કહેવામાં આવ્યું કે તેઓ પવિત્ર સ્થળની ગરિમા જાળવી રાખે.

લાંબા યુદ્ધ પછી આતંકવાદી માર્યા ગયા અને કેટલાય બંદી બનાવી લેવામાં આવ્યા.

સુવર્ણ મંદિરથી અસ્ત્ર-શસ્ત્રોનો ભંડાર મળ્યો. આ યુદ્ધમાં એ સ્થાનને પણ નુકસાન પહોંચ્યું. સિખ સમુદાયે ઇંદિરાજીને એમના પવિત્ર સ્થળને નુકસાન પહોંચાડવા માટે દોષી ઠેરવ્યા, પણ ઇંદિરાજી વિવશ હતી. રાષ્ટ્રના હિતમાં એ પગલું ઉઠાવવું જરૂરી હતું.

અંગરક્ષકો દ્વારા હત્યા

ઑપરેશન બ્લૂસ્ટાર પછી સિખ આતંકવાદીઓ દ્વારા ઇંદિરાજીને જાનથી મારી નાંખવાની ધમકીઓ મળવા લાગી. એમનાથી કહેવામાં આવ્યું કે તેઓ પોતાના

આંતરિક સુરક્ષા ઘેરાથી સિખોને હટાવી દે, પણ એમણે એવું કરવાની ના પાડી દીધી.

ઑક્ટોબરનો અંતિમ દિવસ હતો- સવારે ૯:૧૫નો સમય હતો. ઇંદિરાજી સફદરજંગ સ્થિત કાર્યાલયમાં જઈ રહી હતી. એક આયરિશ પત્રકાર પીટર ઉસ્તીનોવ પોતાની ટીમ સાથે એમના ઇન્ટરવ્યૂ માટે હાજર હતો. જ્યારે ઇંદિરાજી પોતાના બંગલાનો ગેટ પાર કરીને ફુટપાથથી જઈ રહી હતી તો એમની ઑફિસના નજીકના દરવાજા પર ઊભેલા સુરક્ષાકર્મીએ એમના પર અંધાધુંધ ગોળીઓ વરસાવી દીધી.

એમની વહૂ સોનિયા ગાંધી તત્કાળ એમને એમ્સમાં લઈ ગઈ.

એમ્સની બહાર ભારે ભીડ જમા હતી. આખો રાષ્ટ્ર ક્રોધમાં હતો. લોકોનો પારો ચઢવા લાગ્યો અને હિંસાની ઘટનાઓ શરૂ થઈ ગઈ.

ડૉક્ટરોના અથાગ પ્રયત્ન પણ કોઈ કામ ન આવ્યા. એમણે ૨:૩૦ વાગ્યે ઇંદિરાજીને મૃત ઘોષિત કરી દીધા.

આખો રાષ્ટ્ર શોકમાં ડૂબી ગયો. લોકોના ક્રોધનો જ્વાળામુખી ફાટી નિકળ્યો. ચારે તરફ લૂંટ, ખૂન તેમજ આગજનીની ઘટનાઓ થવા લાગી.

જ્યારે ઇંદિરાજીના પુત્ર રાજીવ ગાંધીએ પ્રધાનમંત્રી પદની શપથ લીધા પછી લોકોને શાંત રહેવાની અપીલ કરી તો કોઈ પ્રકારે દંગા બંધ થઈ શક્યા. એમણે સેનાને ભયંકર દંગાઓવાળા વિસ્તારોમાં માર્ચનો આદેશ આપ્યો. જલ્દી જ સ્થિતિ કાબૂમાં આવી ગઈ.

આ દરમિયાન તીનમૂર્તિ ભવનની બહાર લાખો લોકો દિવંગત પ્રધાનમંત્રીને શ્રદ્ધાંજલિ આપવા પહોંચી રહ્યાં હતા. ૩ નવેમ્બર, ૧૯૮૪એ ૩.૫૦ વાગ્યે શાંતિવનની

નજીક એમના અંતિમ સંસ્કાર કરી દેવામાં આવ્યા.

આ રીતે સ્વતંત્ર ભારતના ઇતિહાસનો એક મહાન અધ્યાય સમાપ્ત થઈ ગયો.

શક્તિ સ્થળ

શક્તિ સ્થળ ભારતની પ્રથમ તેમજ એકમાત્ર મહિલા પ્રધાનમંત્રી શ્રીમતી ઇંદિરા ગાંધીનું સમાધિ સ્થળ છે. એમના સમાધિ સ્થળને 'શક્તિ સ્થળ'નું નામ આપવામાં આવ્યું એટલે કે 'શક્તિનું સ્થળ'. એક સ્લેટી-લાલ પથ્થર એ સ્થાન પર લગાવવામાં આવ્યો છે, જ્યાં એમના અંતિમ સંસ્કાર સંપન્ન થયા હતા.

ઇંદિરા મેમોરિયલ સંગ્રહાલય

ઇંદિરા ગાંધી મેમોરિયલ સંગ્રહાલય ભૂતપૂર્વ પ્રધાનમંત્રી શ્રીમતી ઇંદિરા ગાંધીનું આવાસ હતું. ત્યાં જ 31 ઑક્ટોબર, ૧૯૮૪એ એમના સુરક્ષાકર્મીઓએ

ગોળી મારીને ઈંદિરાજીની હત્યા કરી દીધી હતી. એમની હત્યા પછી એ સ્થાનને સંગ્રહાલયમાં બદલી નાખવામાં આવ્યું. એ સંગ્રહાલયમાં એમના અંગત પ્રયોગની વસ્તુઓ ખૂબ જ જતનથી સંભાળવામાં આવી છે.

હત્યા દરમિયાન એમના દ્વારા પહેરેલી સાડી, રાષ્ટ્રવાદી આંદોલનના કેટલાક દુર્લભ ચિત્રોનો સંગ્રહ, નેહરૂ-ગાંધી પરિવારની અંગત ક્ષણો અને મહાત્મા ગાંધીની સાથે એમના બાળપણની તસ્વીરો આ સંગ્રહાલયમાં પ્રદર્શન માટે લગાવવામાં આવી છે.

સંગ્રહાલયમાં ઈંદિરા ગાંધીના પુત્ર રાજીવ ગાંધીના સળગેલા વસ્ત્ર પણ રાખવામાં આવ્યા છે, જે એમણે હત્યાના સમયે પહેર્યા હતા.

રાજીવ ગાંધી પણ ભારતના ભૂતપૂર્વ પ્રધાનમંત્રી હતા. એમના દ્વારા ખેંચવામાં આવેલી કેટલીક સુંદર તેમજ યાદગાર ક્ષણોના ચિત્ર પણ ત્યાં હાજર છે.

સંગ્રહાલયની બહાર બગીચામાં એ સ્થાન છે, જ્યાં ઇંદિરાજી ગોળી લાગ્યા પછી પડ્યાં હતા. એ જ લોહીના ધબ્બાને કાચના બૉક્સમાં રાખવામાં આવ્યા છે. પ્રવેશદ્વાર પર ટંગાયેલી એમના દ્વારા લખવામાં આવેલી અંતિમ પંક્તિઓ વાંચવાનું ના ભૂલો. એનાથી દેશ તેમજ દેશવાસીઓ પ્રત્યે એમના પ્રેમનો પરિચય મળે છે. એનાથી જાણ થાય છે કે તેઓ માતૃભૂમિને પ્રાણોથી પણ વધીને પ્રેમ કરતી હતી.

■■

GUJARATI BOOKS

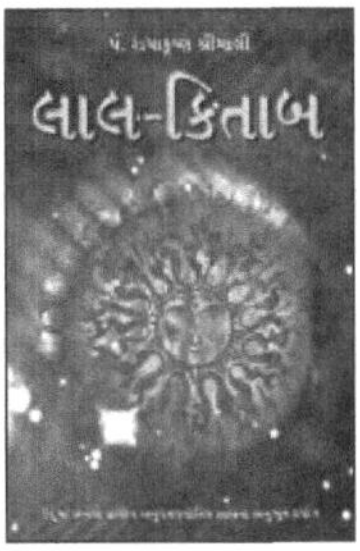

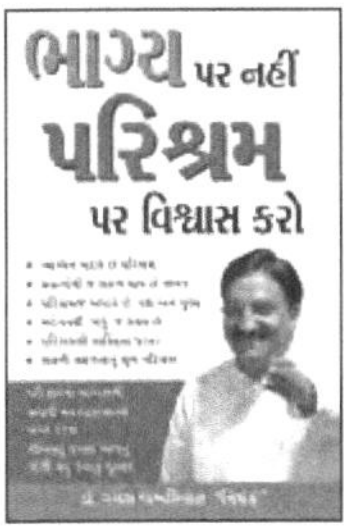

GUJARATI BOOKS
મારા આરાધ્ય શિવ
મારા આરાધ્ય રામ
ઓશો પ્રવચનો પર આધારિત
જીવન જીવવાની કલા
સ્વામી આનંદ સત્યાથી
જીવો છલકતું ઊર્જાવાન જીવન
હિન્દીની 21 સર્વશ્રેષ્ઠ વાર્તાઓ
સં. નરેન્દ્ર કુમાર વર્મા
સિદ્ધાર્થ
હર્મન હેસ
યુદ્ધની કળા
GUJARATI TRANSLATION OF INTERNATIONAL BESTSELLER
THE ART OF WAR
孫子兵法
સુન ત્ઝૂ
ધ પ્રોફેટ (દેવદૂત)
ખલીલ જિબ્રાન
આંતરરાષ્ટ્રીય બેસ્ટસેલર
જેમ્સ એલન
મનુષ્ય જેવુ વિચારે છે
GUJARATI TRANSLATION OF THE INTERNATIONAL BEST SELLER AS A MAN THINKETH BY JAMES ALLEN
હિન્દીની 11 ક્લાસિક વાર્તાઓ
સં. નરેન્દ્ર કુમાર વર્મા
જેમ્સ એલન
તમે તમારો પ્રકાશ સ્વયં બનો
Gujarati Translation of Best Seller
Be Your Own Sunshine
Gujarati Translation of
Develop Self-Confidence, Improve Public Speaking
મહાન બનવાની કળા
આંતરરાષ્ટ્રીય બેસ્ટસેલર
ડેલ કારનેગી
Gujarati Translation of How to Enjoy Your Life and Your Job
સમૃદ્ધિમય જીવન કેવી રીતે જીવશો
આંતરરાષ્ટ્રીય બેસ્ટસેલર
ડેલ કારનેગી
આંતરરાષ્ટ્રીય બેસ્ટસેલર
ડેલ કારનેગી
પોતાની કારકિર્દીને નવી દિશા કેવી રીતે આપશો
આંતરરાષ્ટ્રીય બેસ્ટસેલર
ડેલ કારનેગી
તમે પણ લીડર બની શકો છો
બેબીલોનનો સૌથી અમીર માણસ
GUJARATI TRANSLATION OF THE INTERNATIONAL BESTSELLER
THE RICHEST MAN IN BABYLON
જોર્જ એસ. ક્લેસન
ઈકિગાઈ
Japanese Art of staying Young... while growing Old
BEST SELLER
DIAMOND BOOKS
X-30, Okhla Industrial Area, Phase-II New Delhi-110020
Ph: 011-40712200 email : wecare@diamondbooks.in www.diamondbooks.in